Indebted as Lord Chom

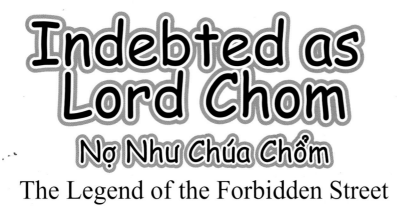

Nợ Như Chúa Chổm

The Legend of the Forbidden Street

By Song Ha
Illustrated by Ly Thu Ha

East West Discovery Press
www.eastwestdiscovery.com

Vào những năm cuối đời nhà Lê, quan lại tham nhũng, dân tình đói kém, giặc dã nổi lên khắp nơi. Viên quan họ Mạc rất có thế lực trong triều, thấy nhà vua nhu nhược nên có ý chiếm ngôi.

During the last years of the Le dynasty, the officials were corrupt and the people were hungry and poor. Enemies everywhere were rebelling. A mandarin of the Mac family, who was very influential at court, recognized the weak position of the king and decided to seize the throne.

Vua biết tin ấy nhưng không làm gì được bởi vây cánh họ Mạc rất lớn. Ông lo lắng, hoảng sợ, không ăn không ngủ được, một đêm kia đành bỏ cung điện đi trốn.

The king knew about this but could not do anything about it, as the Mac family faction was very strong. He was worried and frightened. He could neither eat nor sleep. One night, he was forced to leave the palace and escape.

Chẳng được bao lâu họ Mạc lùng bắt được vua, đem giam lỏng ở nơi khuất vắng.

Có cô gái thường ngày bán rượu cho đám lính gác, tò mò ngắm nghía người bị canh giữ. Cô thấy mến vẻ trang nhã, khôi ngô của ông, nên hay đong biếu rượu ngon.

Not long after, the Mac family searched for the king and captured him, taking him to a remote place to be kept under surveillance.

A girl who sold wine to the soldiers on guard each day was curious to have a look at the prisoner. She liked his elegant and handsome features, so she often came to present him with her best wine.

Hai người thành thân quen lúc nào không biết. Tình thân ấy ngày càng thắm thiết, họ ăn ở với nhau như vợ chồng. Chẳng bao lâu, cô hàng rượu có mang.

At some point, the two became acquainted. Their friendship gradually grew closer and closer, and they started living together as husband and wife. Soon after, the wine seller was with child.

Vua biết mình đang ở thế nguy khốn, có thể bị hãm hại bất cứ lúc nào. Một hôm ông kể hết mọi chuyện cho cô hàng rượu nghe rồi lấy trong thắt lưng ra một quả ấn ngọc và dặn:

- Nàng giữ ấn này cẩn thận cho con mai sau làm dấu tích.

The king realized that he was in a dangerous situation and could be murdered at any time. One day, he told the whole story to the wine seller and, taking a jade seal from his belt, said, "Carefully keep this seal for our child, so that later it may act as a sign."

Quả nhiên, ít lâu sau, vào một đêm tối trời, ông bị bịt mắt đưa đi, không kịp trăn trối lại điều gì.

Họ Mạc lên ngôi vua lại tiếp tục truy nã, bức hại các tôn thất nhà vua.

One dark night, not long after, the king was blindfolded and taken away, without a chance to leave any last bequest.

The Mac family acceded to the throne and continued to hunt down and oppress the king's family members.

Cô hàng rượu nhận tin dữ, vội bỏ kinh đô trốn về một vùng quê xa. Đủ ngày đủ tháng cô sinh được một con trai, dung mạo tuấn tú giống hệt cha. Cô đặt tên cho con là Chổm, một cái tên xấu xí cho dễ nuôi. Chổm hay ăn chóng lớn, chẳng bao lâu đã biết đi biết nói.

The wine seller heard the bad news and hurriedly left the capital, returning to her home village. In due course, the girl gave birth to a son, identical to his father both in look and talent. She named the boy Chom, an ugly name, which would make it easier for her to bring him up unnoticed. Chom ate well and grew fast. Soon, he could walk and speak.

Chỏm lớn thêm chút nữa, được mẹ cho vào chùa ở. Chú bé hiếu học, lại sáng dạ, sách vở, kinh kệ nhà chùa chỉ học một lần đã thuộc làu. Nhưng cái tính ngỗ nghịch, láu linh thì không ai bằng Chỏm.

When Chom was a bit older, his mother sent him to live in a temple. He was a diligent and clever student, committing the temple books and prayers to memory after just one reading. But for naughtiness and mischief, Chom was second to none.

Một hôm Chổm đi chơi về, đói bụng, trông thấy trước án thờ ông Thiện bày nải chuối chín vàng. Chổm rón rén bước đến, một tay cầm quạt che mặt, tay kia bẻ chuối. Sư cụ bất ngờ bước vào bắt gặp, phạt Chổm nhịn ba ngày vì tội ăn vụng.

Chổm tức lắm, viết lên giấy dòng chữ: "Có tay có mắt mà không giúp được ta, phải đầy ra ngoài cõi" rồi dán vào ngực tượng ông Thiện.

One day, returning home hungry, he saw a bunch of ripe yellow bananas arranged in front of the altar to Thien. Chom gingerly stepped toward the altar, one hand holding a fan to cover his face, the other breaking off a banana. By chance, a senior monk walked in and came across Chom. He punished Chom with a three-day fast for the sin of eating on the sly.

Chom was angry and wrote the following words on a piece of paper, which he stuck on the chest of the statue of Thien: "You have hands and a face but are no help to us. You should be thrown out."

13

Đêm ấy sư cụ mơ thấy ông Thiện bào:

- Nhà vua đói mới phải ăn vụng quả chuối, sao lại bắt nhịn ba ngày, để ngài giận viết lệnh đuổi ta đi.

That night, the old monk dreamt that Thien spoke to him. "The king ate a banana on the sly because he was hungry. Why force him to fast for three days, making him so angry he wrote an order to throw me out?"

Sư cụ tỉnh dậy, đến ban thờ nhận ngay ra nét chữ của Chổm trên tờ giấy. Sớm hôm sau, ông bảo Chổm bóc tờ giấy đi và hỏi:

- Con có biết cha con tên họ là gì? Hiện đang ở đâu không?

Chổm nói:

- Con nghe mẹ kể rằng cha con họ Lê, nhưng bị hổ vồ chết đã lâu, từ ngày con chưa ra đời cơ.

Sư cụ nghe Chổm nói vậy có vẻ nghĩ ngợi. Từ hôm ấy, ông chú tâm dạy dỗ Chổm cẩn thận hơn.

The old monk woke up and, on reaching the altar, immediately recognized Chom's handwriting on the piece of paper. Early the next morning, he told Chom to take down the piece of paper and asked him, "Do you know what the name of your father was and his whereabouts now?"

Chom replied, "I heard my mother say that my father's surname was Le but that he had been leapt upon and killed by a tiger long ago, before I was even born."

On hearing Chom say this, the old monk sank into reflection. From that day on, he concentrated on teaching Chom more carefully.

Mấy năm sau, thấy tình hình đã yên, mẹ Chổm xin nhà chùa cho con về. Hai mẹ con trở lại chốn xưa. Ngày ngày Chổm đi kiếm củi bán, đỡ đần thêm cho mẹ. Ở chợ mọi người quý Chổm bởi hễ Chổm ghé quán nào là quán ấy đắt hàng, khách vào tấp nập.

Các chủ hàng tranh nhau mời Chổm ăn uống...dù Chổm không có tiền trả.

Several years later, seeing that the situation was peaceful, Chom's mother asked the temple to return her son. Mother and child returned to their old place. Each day, Chom collected firewood to sell and gradually was able to help his mother more and more. Everyone at the market was fond of Chom, because whichever stall he visited seemed to attract plenty of business and crowds of customers.

The stallholders competed to invite Chom to eat and drink at their stalls, even though he did not have any money to pay.

Ngày nào Chốm cũng tha hồ uống rượu, ăn thịt. Có người trêu Chốm:

- Ăn chịu nhiều thế rồi lấy tiền đâu mà trả?

Chốm thản nhiên trả lời:

- Hãy đợi đấy! Ngày sau làm nên, công thành danh toại, tôi sẽ chu tất cho mọi người.

Bấy giờ có viên quan họ Nguyễn phò nhà Lê, chiêu tập binh mã chống lại nhà Mạc. Thanh thế ngày một mạnh, chiếm lại được kinh đô. Nhà Mạc thua phải rút chạy lên mạn ngược. Họ Nguyễn cho người đi khắp nơi mà chưa tìm thấy con cháu nhà Lê để tôn lên làm vua.

On each occasion, Chom readily drank wine and feasted on meat. Some people teased Chom. "With so much on credit, where will you get the money to pay?"

Chom calmly replied, "Just wait! Later on, when I have made my fortune and established my reputation, I shall repay everybody."

At that time, a mandarin of the Nguyen family, who supported the Le dynasty, gathered an army to resist the Mac. His reputation gradually increased and he was able to retake the capital. Defeated, the Mac had to withdraw to the mountains. The Nguyen sent people all over to try and find a descendant of the Le dynasty who they could raise to the throne.

Một đêm, ông Nguyễn mải lo việc nước, trằn trọc không yên, chợt nghe văng vẳng có tiếng nói:

- Đúng ngọ, ra dãy hàng cơm phía tây kinh thành, thấy rồng đen quấn cột, tức là vua đấy.

One night, Lord Nguyen, absorbed in affairs of state, was tossing and turning, unable to sleep. Suddenly, he heard a far-off voice. "At noon, if you go out to the row of rice stalls to the west of the citadel, you will see a black dragon wrapped around a column — that is the king."

Hôm sau ông Nguyễn cải trang, đến nơi thần báo. Lúc ấy Chổm đang ngồi ở hàng cơm, thấy có khách lạ đi qua, đứng dậy ôm cột nhìn ra. Ông Nguyễn ngó quanh, chỉ thấy quấn cột là một chàng trai nghèo khó nên không chú ý.

Đến đêm ông lại nghe tiếng quở trách:

- Vua lồ lộ trước mắt mà không biết. Ngày mai ra bến, thấy người cưỡi thuyền, đội mũ sắt, chính là vua đấy.

The next day, Lord Nguyen disguised himself and went out to the place indicated by the spirit. At that time, Chom was sitting at the rice stall and, seeing a strange customer go past, stood up and grabbed the pillar to have a look outside. Lord Nguyen peered around and about but saw only a poor young man wound around the column, so he did not pay any attention. That night, he again heard a scolding voice. "The king stands right in front of you and you still do not see him. Tomorrow, go out to the pier. You will see someone in a boat, wearing an iron hat — that is the king."

Ông Nguyễn ra bến từ sớm, thuyền bè ra vào nhộn nhịp, nhưng chẳng thấy ai đội mũ sắt. Mãi đến chập tối hôm ấy, Chổm mới gánh củi xuống đò về nhà. Trời bỗng đổ mưa, Chổm phải mượn cái chảo gang của bác cùng đi đò, úp lên đầu cho đỡ ướt.

Ông Nguyễn ngắm người gánh củi, nhớ ra người ôm cột trong quán cơm hôm qua, nay đội chiếc chảo gang chẳng khác gì mũ sắt. Ông cho gia nhân mời Chổm đứng lại. Chổm ngờ lính tuần ty hay lái nợ, toan chạy. Ông Nguyễn vội ngăn lại:

- Xin điện hạ đừng sợ!

Chổm hoảng quá, kêu to:

- Điện hạ nào? Tôi là thằng Chổm họ Lê. Buông tôi ra.

Lord Nguyen went out early to the pier. Boats were busy coming and going, but there was no one wearing an iron hat. Not until it was almost dark that evening did he see Chom disembarking from a boat, carrying firewood on his way home. There was a sudden shower of rain, so Chom borrowed the cast-iron wok of an older man also on the boat and put it on his head to keep himself dry. Lord Nguyen looked at the man carrying firewood and remembered the person who had been hugging the column at the rice stall the day before—now carrying a cast-iron wok on his head, identical to an iron hat. The Lord had one of his servants ask Chom to stop. Chom, thinking the servant was a soldier on duty or a creditor demanding repayment, was about to run. Lord Nguyen hurriedly stopped him. "Your Highness, do not be afraid." Chom called out, "Which highness? I am a guy called Chom, of the Le family. Let me go."

Nghe nói vậy, ông Nguyễn vội hỏi thăm gia cảnh. Chổm đáp:

- Cha bị hổ ăn thịt, tôi không biết mặt, còn mẹ ở nhà.

Mọi người theo Chổm về, thấy khách lạ, mẹ Chổm có ý sợ. Mãi đến khi biết được thiện ý của họ, bà mới đưa ấn ngọc được gói cẩn thận bằng lá chuối khô ra và kể rõ ngọn ngành mọi chuyện.

Ông Nguyễn mừng quá:

- Đúng là hồng phúc nhà Lê còn lớn, nên trời mới xui khiến cho thần tìm được bệ hạ.

Hearing this, Lord Nguyen quickly asked Chom about his family situation. Chom replied, "My father was eaten by a tiger; I never knew his face. My mother is at home." The Lord and his servants followed Chom home. Seeing strange guests, his mother appeared frightened. Only when she understood their good intentions did she bring out the jade seal, carefully wrapped in a dried banana leaf, and explain the whole story. Lord Nguyen was overjoyed. "Truly, there are still great blessings on the house of Le, or the Lord would not have caused the spirit to find Your Majesty."

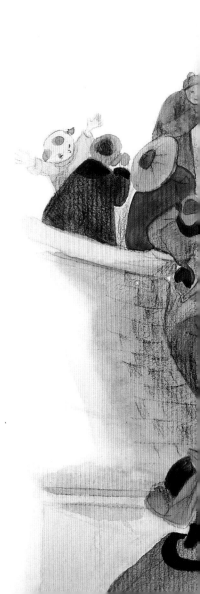

Đại quân rước xa giá vua Chổm vào thành. Phố phường hai bên đổ ra xem đông nghịt. Những người quen ở chợ cũ, nhìn thấy vua Lê, kêu lên: "Chổm! Chổm!"

The great army bore the royal palanquin of King Chom into the city. The streets filled up with spectators on either side. Seeing the Le king, old acquaintances from the market called out, "Chom! Chom!"

Các chủ hàng cơm, hàng quà chen nhau chạy theo kiệu vua. Vua Chổm kể cho các quan tướng nghe chuyện ăn chịu thuở còn hàn vi, rồi bảo quan hầu lấy tiền ra trả cho họ. Nhưng đám người đòi nợ ngày càng đông như đám hội, tiền phát không sao xuể.

The rice and snack stall owners jostled with each other to follow the king's palanquin. King Chom told his officials about how he had been in debt when he was still poor and ordered his military aide to get money out to repay them. However, the stream of people demanding repayment kept growing like a crowd at a festival. There was no way that the money distributed could be sufficient.

Sau triều đình phải cho chắn ngang đường hai chữ "Cấm chỉ". Hễ ai còn đòi nợ vua nữa sẽ bị phạt đòn. Nhờ thế, đám hội truy nợ vua Chổm mới tan.

Ngay nay ở Hà Nội, chỗ gần Cửa Nam còn phố mà người ta thường gọi theo tên củ là Đinh Ngang và Cấm Chỉ.

The count had to block off the road with a sign saying, "Prohibited." If anyone continued to demand that the king repay his debts, he would be punished with a beating. Only then would the crowd disperse.

Today, there are still two streets near the Southern Gate in Hanoi known by their old names of Dinh Ngang and Cam Chi [Forbidden].

30

Text copyright © 2000 by Song Ha
Illustrations copyright © 2000 by Ly Thu Ha
English translation copyright © 2000 by William Smith
Project Director: Pham Quang Vinh
Editors: Tran Ha, Marcie Rouman
Cover Design & Production: Albert Lin

Library of Congress Cataloging-in-Publication Data

Song Hà, 1958-
Indebted as Lord Chom : the legend of the forbidden street = Nợ như Chúa Chổm / by Song Hà ; illustrated by Lý Thu Hà. -- 1st U.S. bilingual English and Vietnamese ed.
   p. cm.
   Summary: A bilingual retelling of the exploits of the legendary Lord Chom from his secretive chidhood to his rise to power as King Chom.
   ISBN-13: 978-0-9701654-6-6
   ISBN-10: 0-9701654-6-3
   1. Chổm, Chúa (Legendary character) -- Legends.   [1. Chổm, Chúa (Legendary character) -- Legends. 2. Folklore -- Vietnam. 3. Vietnamese language materials -- Bilingual.]   I. Lý, Thu Hà, 1957-   , ill. II. Title. III. Title: Nợ như Chúa Chổm.
PZ90.V5S66 2006
398.2—dc22
[E]
                                                          2006009210
First U.S. Bilingual English and Vietnamese Edition 2006
Printed in Vietnam
Published in the United States of America